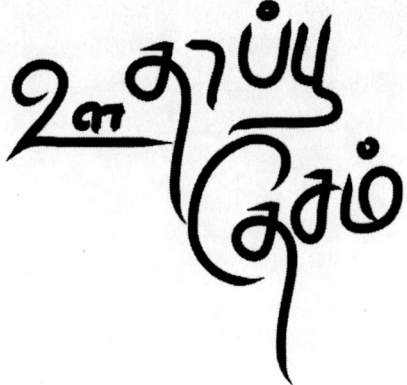

உளகாப்பு தேசம்

மீ.மணிகண்டன்

வேரல்
புக்ஸ்

வேரல் புக்ஸ் வெளியீட்டு எண்: 81

ஊதாப்பூ தேசம் * மீ.மணிகண்டன்© * கவிதைகள் *
முதல் பதிப்பு: செப்டம்பர் 2023 * பக்கங்கள்: 130 *
வேரல் புக்ஸ் * 6, இரண்டாவது தளம், காவேரி தெரு, சாலிகிராமம், சென்னை - 600093 *
மின்னஞ்சல்: veralbooks2021@gmail.com * தொலைபேசி: 9578764322 *
அட்டை வடிவமைப்பு: லார்க் பாஸ்கரன் * லேஅவுட்: சந்தோஷ் கொளஞ்சி

Oothapoo Desam * M.Manikandan© * Poems *
First Edition: September 2023 * Pages: 130 *
Veral Books * No: 6, 2nd Floor, Kaveri Street, Saligramam, Chennai - 600093 *
Email ID: veralbooks2021@gmail.com * Phone: 9578764322 *
Wrapper Designed by: Lark Bhaskaran * Layout Designed by: Santhosh kolanji

Rs. 160

ISBN: 978-81-965289-5-9

காணிக்கை:

வள்ளுவனும் ஔவையும்
வார்த்த தமிழ்ச் சொல்லெடுத்து
வாசமுள்ள கவிவடித்தேன்
வாழ்க வாழ்க காதலென்று;
ஓசைநயக் கவிதைகளை
ஊதாப்பூ தேசமென்றே
ஆசையுடன் தொகுப்பாக்கி என்
அன்னைக்குப் பரிசளித்தேன்.

நன்றி
☙

கவிஞர் திரு. கரிகாலன்
கவிஞர் திரு. லார்க் பாஸ்கரன்
திருமதி. ராஜேஸ்வரி மணிகண்டன்

கவிதைகளை ரசித்துப் பின்னூட்டம் தந்து ஊக்குவித்த:
யூடியூப், ஃபேஸ்புக், இன்ஸ்டா மற்றும் வலைதள அன்பர்கள்.

நன்றியுடன்,
மீ.மணிகண்டன்
nam.manikandan@gmail.com

ஊதாப்பூ தேசத்தில் வாழ்தல்

ஒவ்வொரு மனிதரும் தம்மை அரை மனிதராகவே உணர்கின்றனர். தனது இன்னொரு பாதியைக் கண்டுபிடிக்க வாழ்நாளெலாம் முயன்றவாறு இருக்கிறார்கள். இத்தேடலைக் காதலென்றும் சொல்லலாம்.

பாதி மனிதராக வாழ்வது எவ்வளவு துயர் மிகுந்தது. so I wait for you like a lonely house, என்கிறார் பாப்லோ நெருடா. மறுபாதியில்லாத தன்னை ஒரு தனிமையின் வீடாக உருவகப்படுத்துகிறார் நெருடா.

இப்படிப் பாதி இதயத்தோடு, ஒரு கண்ணோடு, ஒரு கையோடு வாழும் காலத்தில், மனிதர்கள் சில காதல் கவிதைகளை எழுதி, தம்மை நிரப்பிக் கொள்ள விழைகிறார்கள்.

அன்பு இல்லாத மனதில் வெறும் இருளே நிரம்பியிருக்கிறது. அன்பு செலுத்துதல், அன்பு செலுத்தப்படுதல் இல்லாத வாழ்வு வெறுமை நிறைந்தது. அதனால்தான் ரூமி 'அன்பின் மௌனத்தில் வாழ்வின் தீப்பொறியைக் காண்பீர்கள்' என்கிறார்.

அன்பின் மௌனம் தீப்பொறி போன்றது. அது மனதின் கசடுகளை எரிக்கக்கூடியது. எத்தகைய இருளையும் கடந்து செல்லக்கூடிய வெளிச்சத்தின்

பொறிகளை உடையது. இதன் பொருட்டுதான் காதல் கவிதைகள் எழுதுபவர்களை எனக்குப் பிடிக்கிறது.

முகநூல் வழியாக எனக்கு அறிமுகமானவர் நண்பர் மணிகண்டன். டெக்ஸாஸில் (அமெரிக்கா) கணினித் துறையில் பணிபுரிகிறார். பிறந்த ஊர் சிலகங்கை மாவட்டத்தில் உள்ள கல்லல். அன்பின் ஈரத்தோடு வாழ்பவர். மணிமீ எனும் புனைப் பெயரில் கதை, கவிதைகள் எழுதி வருகிறார்.

'குடைக்குள் கங்கா' எனும் இவரது சிறுகதை நூலைப் படைப்பு குழுமம் வெளியிட்டுள்ளது. தமிழ்ச்செல்வி அவரது கிராமத்துப் பள்ளிக்குச் செய்திருக்கும் வசதிகள் குறித்து முகநூலில் பதிவிட்டிருந்தேன். அதைப் படித்த மணிகண்டன்,

'மேடத்தோட ஸ்கூலுக்கு ஏதாவது செய்கிறேன் சார்!' எனக் கூறினார். இப்போது தமிழ்ப் பள்ளியில் இருக்கக்கூடிய கொடிக்கம்பம் மற்றும் கொடி மேடை, மணிகண்டன் அளித்த நிதியால் உருவானது.

சில நாட்களுக்குமுன் வாட்சப்பில் அழைத்தார். சில காதல் கவிதைகள் எழுதியிருப்பதாகக் கூறினார். அதற்கு ஓர் அணிந்துரை எழுதிக் கேட்டார். மகள்கள் சிந்து, சுடர் இருவருக்கும் குழந்தைகள் பிறந்திருக்கக் கூடிய நேரம். சென்னை விருத்தாசலத்துக்கிடையே அலைந்து கொண்டிருக்கும் சூழல். ஆனாலும் மணிகண்டன் எனும் அன்பான மனிதரை, கவிமனம் படைத்தவரை மறுக்கும் கடினமனம் எனக்கில்லை.

சமகாலக் காதல் கவிதைகளில் இருக்கும் ரொமான்டிக் தன்மையைக் கவனிக்கிறேன். காதல் கவிதைகள் அது எழுதப்பட்ட காலத்தைப் பழித் தீர்த்துக்கொள்ள முயல்கின்றன. அவ்வளவு சீக்கிரமாக ரொமான்டிச யுகத்தை நம்மால் கடந்துவிட இயலாது. பின் நவீன யுகத்தின் போதாமைகளில் சிறிது ரொமாண்டிசத்தை நிரப்புவது ஒன்றும் பாவமாகாது.

இதனால்தான், கொஞ்சம் கிரிஞ்சாக இருந்தபோதும்கூட, எனக்கு சனோபர் கான் போன்றோரது ரொமான்டிக் கவிதைகளைப் பிடிக்கிறது.

"உன் கை
என் கையைத் தொடுகிறது
இப்படித்தான்
கேலக்ஸிகள் மோதுகின்றன"

என அவர் எழுதும்போது லேசாக நகைப்பேற்பட்டாலும் இந்த மிகையுணர்வில்லாத வாழ்வு மயோனைஸ் இல்லாத கிரில் சிக்கன் போன்றது.

'தங்களுக்குப் பிடித்த உணவைத் தட்டில் கடைசியாகச் சேமித்து வைக்கும் குழந்தையைப் போல, நான் உன்னைப் பற்றிய எல்லா எண்ணங்களையும் என் நாக்கில் வைத்து கனவு காண முயல்கிறேன்.' எனச் சிந்திக்கும் கமந்த் கோஜூரி போன்றோர் என் வயதை எதிர்திசைக்குத் திருப்புகிறார்கள். மணிகண்டனும் அப்படிதான்.

ஊதாப்பூ தேசம் முழுவதும் காதல் கவிதைகள் அடங்கிய தொகுப்பு. பாப்லோ நெருடாவின் கவிதை வரி ஒன்றை சொன்னேன் அல்லவா.

அந்தக் கவிதையில் இன்னொரு வரி.

'நீ என்னைப் பார்க்கும்வரை, என்னில் வந்து வசிக்கும்வரை, என் சன்னலுக்கு வலிக்கும்' என்பார்.

இதன் இன்னொரு பரிமாணத்தை மணிகண்டன்

எல்லோருக்கும்
பேருந்தில் இருப்பது ஜன்னல்
எனக்கு மட்டும் மின்னல்

என எழுதும்போது, மெலிதாக ஒரு 'அட' போடுகிறது மனசு.

நீ வராது போகும் நாட்களிலெல்லாம்
மலர்களைத் தேடுவதில்லை
என்னைச் சிறைப்பிடிக்கிறது
என் தோட்டத்து
பட்டாம் பூச்சி

இங்கு, தோட்டம் என்பது தோட்டம் இல்லை. மனசு. பட்டாம்பூச்சி என்பதும் பட்டாம் பூச்சி இல்லை. ஆசை. மலர்களென்பது மட்டும் மலர்களாகிவிடுமா என்ன? சாப்பாடு, ஐஸ்க்ரீம், காஃபி, டீ. என வைத்துக் கொள்ளலாம். இப்படித்தான் காதல் கவிதைகளில் ஒவ்வொரு சொல்லும் சொல்லாக இல்லாமல் உருவகமாக இருக்கிறது.

காதல் ஓர் அழுத்தமான உணர்ச்சி. அதைக் கடந்துசெல்ல உதவுகிற யோகம்தான் கவிதை. காதல் நிலையை ஜென் நிலையாகப் பரிணமிக்கச் செய்யவே, கவிதை எழுதிப் பார்ப்பது.

காதல் சிலவேளை மோனமாகவும் சிலவேளை பித்தாகவும் இருக்கிறது. மோனம் தொடக்கம் கனிகிறபோது அடைவது பித்து நிலை.

மோனம் காதல் நிரம்பிய ஞானநிலை. 'மோனத்திருக்குதடி இந்த வையகம் மூழ்கித் துயிலினிலே' என்பான் பாரதி. மணிகண்டன் கவிதைகளில் மோனநிலை, பித்துநிலை இரண்டும் தெரிகிறது. 'காற்று வந்து மோதியது / கை வளைவி பேசியது' என்பதெல்லாம் பித்து நிலை.

காதல் கொண்டவர்களுக்கு, விலாப்புறத்தில் கண்ணுக்குத் தெரியாத சிறகு முளைத்திருக்கிறது. இவர்களுக்கு சந்திராயன், ஆதித்யா செயற்கை கோள்கள் தேவையில்லை. கண்ணுக்குத் தெரியாத சிறகு போதும். அந்த நம்பிக்கையில்தான்

'சந்திர மண்டலப் பெருவெளி நமக்கு' என்கிறார் கவிஞர்.

மணிகண்டன் பிறந்தது தமிழ்நாட்டில். வேலை செய்வது அமெரிக்காவில். வாழ்வது ஊதாப்பூ தேசத்தில். நீங்கள் இண்டிகோ தேசத்தில் வசிப்பவராக இருக்கலாம். உங்களுக்காகவும் இத்தொகுப்பில் ஒரு கவிதையை மணிகண்டன் எழுதியிருக்கக்கூடும்.

அன்புடன்
கரிகாலன்
விருத்தாசலம்.

ஆசிரியர் உரை

காதல்... காதல்... காதல்... என்றே பாரதியும் பாடினான் பாரினிலே. கண்ணுக்குத் தெரியாமல் ஓடும் காதல் அணுக்களை விஞ்ஞானம் கூடக் கண்டுபிடிக்கவில்லையே என்றான் ஒரு கவிஞன். காதலின்றிப் பொன்னுலகம் ஏது? எனவே நான் காதலைப் பாடுவதில் வியப்பேது?

அணுவணுவாக ரசித்து நானெழுதிய கவிதைகளை எனது யூடியூப், இன்ஸ்டாகிராம், பேஸ் புக் மற்றும் வலைத்தளங்களில் பதிந்துவந்தேன். அங்கே கிடைத்த அன்பு உள்ளங்களின் வரவேற்பைப் பத்திரப்படுத்தவெண்ணிச் சிறப்பென்று பாராட்டிய சில கவிதைகளைத் தொகுத்து ஊதாப்பூ தேசமாக்கி இங்கே பதியமிட்டிருக்கிறேன். இந்த என் காதல் வடிவத்திற்கு அன்பு அண்ணன் கவிஞர் கரிகாலன் அவர்களின் அணிந்துரை என்பது மகுடத்து வைரம். வரிகளைக் கோர்த்துப் புத்தகமாக்கிப் பெருமை சேர்த்திருக்கிறது வேரல்.

அத்தனை கவிதைகளுக்கும் பின்னூட்டம் தந்து வார்த்தைகளில் எழுத்துப்பிழை களைந்து கவிதைகளை மெருகூட்டிய பெருமை என் துணைவி ராஜேஸ்வரிக்கு உரித்தாகுக.

நிலாவைப் பூமிக்கு அழைத்தான் ஒரு கவிஞன், தென்றலைத் தூதனுப்பினான் மற்றொருவன், கண்திறந்தே இதயத்தைத் தொலைத்தான் இன்னுமொருவன்,

இவைகளைத்தாண்டிய அனுபவங்களை உங்களுக்குச் சொல்ல அழைத்துச் செல்லப் போகுமிடந்தான் ஊதாப்பூ தேசம்.

எனது முதல் சிறுகதைத் தொகுப்பான, இதற்கு முந்தைய நூல் 'குடைக்குள் கங்கா'வில், 'இப்படித்தான் மலர்கின்றன ஊதாப்பூக்கள்' வந்தனா மற்றும் கவிதாஞ்சனின் காதலை அறிந்திருப்பீர்கள், 'குடைக்குள் கங்கா'வில் கங்கா மற்றும் வசந்தின் காதலை அளந்திருப்பீர்கள், அவர்களின் காதல்போல் இன்னும் பன்மடங்குக் காதலைக் கவிபாடி வந்திருக்கிறது 'ஊதாப்பூ தேசம்'.

பாரதிக்கோர் கண்ணம்மா அதுபோல் பாட்டெழுதும் புலவர்களுக்கெல்லாம் அகத்தில் ஒரு காதலி அமர்ந்து அரசாட்சி செய்வது வழக்கம். அப்படிதான் இங்கே என் வரிகளை ஆள்கிறாள் கண்களுக்குப் புலப்படாத ஒருத்தி. ஏழு மலைகள் ஏழு கடல்கள்... இல்லை இல்லை பிரபஞ்சம் தாண்டிப் பல கோள்கள் கடந்து அதோ அங்கே ஒரு தேசம் தெரிகிறதா? வையத்து மாந்தரெலாம் வியக்கும் அதுதான் ஊதாப்பூ தேசம். இனி வரும் பக்கங்கள் உங்களை அங்கே அழைத்துப்போகும்.

காதலுடன்,
மீ.மணிகண்டன்
nam.manikandan@gmail.com

நிலாவிலும் கனாவிலும்
நீயாகத் தோன்றினாய்
உலாவரப் புறாக்களில்
உன்தூது அனுப்பினாய்!
அலாதிதான் உன்னோடு நான்
அயல்கிரகம் நுழைவது
அலாவுதீன் விளக்குபோல்
ஆசைவரம் எனக்கது.

மலரைத் தீண்டும்
மழை வேண்டும்
மழையாய் நீயே
வரவேண்டும்...

நீ வந்து மோதிவிடு
மின்னலாகிறேன்
நீர் கொஞ்சம் பொழிந்துவிடு
பூக்களாகிறேன்...

மழை பொழிகிறது
குடை பிடித்துக்கொள்
என்கிறாய்...
உன் புன்னகை
நனைத்த என்னை
மீண்டும் ஒரு மழையால்
நனைத்துவிட முடியாது.

*கதை பேசித் திரிந்த காடுகள்
பூத்துக் கிடக்கிறதாம்
வா இன்னொரு பயணம்
போய் வருவோம்
மூத்தவள் நீயென்று காட்ட...*

மைத்துளிகள் காய்ந்துபோனது
எழுதிவைத்த உன் பெயரில்
இன்னும் ஈரம் கசிகிறது...

பரவசத்தைக் கூட்டுகிறாய்
பார்வையினாலே...
என் கிரகநிலை
மாறுது உன்
கண்களினாலே...

கருத்த பெருவெளியில்
நீயொரு புள்ளி
ஆழப்பெருங்கடலில்
நீயொற்றைத் துளி
புள்ளியில் மறைவதும்
துளியில் கரைவதும்
நீ தந்த வரம்.

நேற்று வந்துபோன
தென்றலில்தான்
இந்தப்பூ மலர்ந்திருக்கிறது...
நீ தென்றல்...

மீ.மணிகண்டன்

நீர் சுமந்த குடத்திற்கு
தண்ணீர் சொந்தம்
நீ சுமந்த குடத்திற்கு
என்றும் வசந்தம்!

அம்மனிடம் வரங்கேட்க
ஆலயம் நான் புறப்பட்டேன்,
அடுத்த தெருவில் சிலைகண்டு
அதிசயித்து நான் நின்றேன்!

பனிமழையில் அவள் நனைய
தனிமையிலே நான் உறைய
இலக்கணமோ இதில் ஏது
இனிமைதான் எழுதுவது.

நனைக்கும் காரணிகள்
பல உண்டு
நானதைப் புரிந்துகொண்ட
நாள் இன்று
மழை உன்னை நனைத்தது
மனம் என்னை நனைத்தது...

மழை விழுந்தால்தான்
மண் தரும் வாசனை
மனது என்றும் மணக்கிறது
காரணம் உன் யோசனை!

என்றோ நீ வந்துசென்றாய்
என் தோட்டத்திற்கு,
இன்றும் பூத்துக்கொண்டிருக்கிறது
அந்தக் கனகாம்பரங்கள்
உன் தாவணி நிறத்தில்!

மீ.மணிகண்டன்

வாசல் வழி நீ நடந்தால்
வண்ணமயம் ஒயில்,
வானவில்லோ என்றெண்ணித்
தோகை விரித்தது மயில்!

உன்
செவ்வாய்மொழிப் பாடல்
வரம் வாங்கவே
செவ்வாய்களில் காத்திருக்கும்
சின்னத்தாயம்மன்.

உன்விரலும் பட்டதொரு
காரணந்தானே
பூவிதழும் வண்ணத்துப்
பூச்சியானதே...

நட்சத்திரக் கூட்டத்தினுள்
முளைத்த நிலா
நாணத்தையுடுத்தி
என்னுள் வருகிறது உலா.

எழுதிவைத்த கவிதையிலே
எறும்பு கூடி ஊர்கிறது
எனக்குரிமை என்று சொன்னால்
என்னை வந்து கடிக்கிறது!

மழைதரும் வானம்
கவி தருகிறது
மனமது அதிலே
தினம் நனைகிறது
காரணம் தேடத்
தோன்றவும் இல்லை
காரணம் சொன்னால்
காதலும் இல்லை...

மீ.மணிகண்டன்

கயலைக் கண்ணென்ற
கவிதைகள் தோற்க வைத்தாய்
கயலோ பிடிக்க வைக்கும்
உன் கண்களோ
எனைப் பிடித்து வைக்கும்.

அலைகள் ஓடி வருகிறது
நின் பாதக்கொலுசுடன்
நட்புகொள்ள
கரைமணல் அலையைத்
தடுக்கிறது
காரணம் நட்பு தனது என...

வாசல் தெளித்துவிட்டுப் போனாய்
மழை சரி செய்கிறது...

பிறகென்ன புறப்படுவோம்
மழை நின்றுவிட்டது
என்கிறாய்
நான் நனையத் தொடங்குகிறேன்...

அறை திறக்கும்
பொழுதெல்லாம்
அழுகிறது மேசை
ஐந்து விரல்களும்
பிடியை மட்டும்
தொடுகின்றனவாம்.

சன்னல் கம்பியோடு திரை
சத்தமின்றிப் பயிலுகின்றது
நீ
நா துருத்தும் நளினத்தை.

அங்கலாய்க்கும்
சிமிக்கியாகிட
ஆடிப்பார்க்கிறது
கடிகாரப் பெண்டுலம்.

நீ
கையிரண்டும் கோர்த்து நீட்டிப்
பேசியதை
முள்ளிரண்டும் முயற்சிக்கின்றது
மணிக்கொரு முறை.

நீ கசக்கிப்போட்ட
காகிதங்களை
ஏக்கத்தோடு காண்கின்றன
அடுக்கப்பட்ட ஆவணங்கள்.

ஆதாம் ஏவாளை
நிறையவே பேசிவிட்டார்கள்
இனி
அரசியல் அமைப்பு நீ
அடிமட்டத் தொண்டன் நான்.

நடந்து போன பாதையினைக்
கொலுசொலியில் பதித்துவைத்தேன்
நானாகிப் போனபின்னே
திரும்பிவரத் தெரியவில்லை...

சிணுங்கலொலிச் சிரிப்பினிலே
சாலைவழி தைத்து வைத்தேன்
வழியனுப்பித் திரும்புகையில்
வந்த பாதை தெரியவில்லை...

நீ
பொட்டு வைத்தாய்
நான்
ஒட்டிக் கொண்டேன்.

நகலெடுத்து
வானவில் எனப்
பெயர் சூட்டிவிட்டான்
இனியேனும் ஒளிந்துகொள் ...

அவள்
உடுத்தி வந்த கவிதைகளில்
ஒன்றை இங்கே
உதிர்த்துவிட்டுப் பறந்தாள்...

நனைவதற்கான
மழையில் நானும்
குடைக்கான
மழையில் அவளும்
இடைப்பட்ட
காதலில் நாங்கள்...

மழையில் நடந்தேன்
நீ துவட்டியதில்
நனைந்தேன்...

இருபத்து நான்கின் கீழ் ஏழும்
என்னில் வியாபித்திருக்கிறாய்
தொடர்பு எல்லைக்கு அப்பால்
என்கிறது விஞ்ஞானம்!

மீ.மணிகண்டன்

நிறங்கள்
விதைத்துக் கொண்டிருக்கிறேன்
நீ வரும்பொழுது
வானவில் விளைந்திருக்கும்
எனக்குள் நீ மழை...

ஊ தாப்பூ தாவணி பிடிக்கும்
என்று சொன்னேன்...
ஊதாப்பூ தாவணி மட்டும்தான் பிடிக்கும்
என்றா சொன்னேன்...

உன்
பூப்பாதக் கொலுசின்
மணியாக வில்லையாம்
கரைந்து போனது
புல் நுனிப் பனித்துளிகள்.

அடர் கூந்தலுடன்
நட்பு பேண
விழுதுகள் வளர்த்து நிற்கிறது
ஆலம்!

அந்திப் பூ
செவ்வந்தியானது
அவளுதட்டு முத்தத்தால்.

அவளின் கரம்பட்ட
அரளிக்கும் காதல்...
உள்ளங்கை ரேகை போல்
வேர்கள்!

குடந்தாங்கும்
இடை தாவ முடியாமல்
கொவ்வை கோபத்தைக்
கொப்பளித்தது கனியாய்.

என்னவள் வந்து கொண்டிருக்கிறாள்
காற்றே.... வழியை விடு
என்னிடம் சேர்ந்துவிட்டாள்
காற்றே... வந்துவிடு ...!

அர்த்தசாமம் நிறைவேற
ஆலயங்கள் நடைசாத்த
எங்கே இந்த மணியோசை... ஓ
என்னவளின் நாவோசை!

இமையே,
மூடித்திறப்பதை மறந்துவிடு
முன்னால் நிற்பது
என்னவள்.

நீ வராது போகும்
நாட்களிலெல்லாம்
மலர்களைத் தேடுவதில்லை,
என்னைச் சிறைப் பிடிக்கிறது
என் தோட்டத்துப்
பட்டாம்பூச்சிகள்.

என் பேனா நிறைய
மைத்துளிகள்
நீயதைப் பிடித்த பின்னே
தேன்துளிகள்!
நான் எழுதியபோது
கூர்முனை
உன் கைகள் பிடித்ததும்
தூரிகை!

பூக்கும் பூவில்
உன்வாசம்
பொழுதுகளெல்லாம்
உன் நேசம்
புறாக்கள் கூடி
உனைப் பேசும்
புல்லும் காணும்
உல்லாசம்
போய்வருகின்ற
பூந்தோட்டம்
புதுமைதான்
நீ ஊதாப்பூ தேசம்.

ஓடிவரும் நதியினிலே
ஒயிலாகப் பிறந்தவளோ
ஓசோனைத் தாண்டிவந்து
உதிர்ந்தவொரு தாரகையோ
ஆடுஞ்சிறு கொடியிருந்து
அரிதாகப் பூத்தவளோ
ஆண்மயிலின் பீலியினை
அடுக்கிவைத்து ஆனவளோ
மாடக்குழி விளக்கிருந்து
மந்திரமாய் வந்தவளோ
மத்தாப்புச் சிதறலிலே
மலராகி எழுந்தவளோ
தேடுமொரு நாயகிதான்
தீண்டவொண்ணாக் கற்பனைதான்
தினமுமொரு பாசுரக்கும்
சிலையழகைப் பார்த்திடத்தான்.

மாலைநேரம் மலையின் ஓரம்
மின்மினிகள் மாநாடு
மைதடவும் உன்விழியால்
அவர்களுக்குள் கலந்தாய்வு
ஒளியுமிழும் தன்னினத்தின்
தாய்நாடு உன்விழியோ?
உயிரொளியின் குளிர்தனக்கு
உன்பார்வை காரணமோ?
எதுசரியோ எதுமுறையோ
கலந்தாய்வு நடக்கட்டும்
பயோலுமின்சென்ஸ் ஒளிப்பார்வை
என்மீது தினம் விழட்டும்

போகுமிடம் தெரியாது
பொய்யில்லை உண்மையிது
புதுமையிது வார்த்தைகளில்
சொன்னாலும் புரியாது
எல்லோர்க்கும் பேருந்தில்
இருப்பது ஜன்னல்
எனக்கு மட்டும் தெரிகிறது
தினமும் மின்னல்.

பூவிதழைத் தேடிடுமோர்
வண்ணத்துப் பூச்சி
புதுமைதான் உன்விரலில்
அமர்ந்திடும் காட்சி
மலரென்றால் மயக்கிவிட
மது வைத்திருக்கும் — இங்கே
மணம்கொண்டு மருதாணி
விரல்கள் திறக்கும்!

வெயிலில் காத்திருந்தேன்
நிழல்துணை நீயானாய்
பயிலும் புத்தகம்போல்
பலவாய்க் கதை சொன்னாய்
வயலின் கம்பிகளை
உன் வார்த்தையில்
பூட்டிவைத்தாய்
வயலில் நடந்தவனை
வானம் தொட வைத்தாய்.

மீ.மணிகண்டன்

திருவிழா என்றழைத்தாய்
கோயில் வந்தேன்
தீபங்கள் வரிசை கண்டேன்
புறாக்கள் கண்டேன்
கருவறையில் சிலை தொலைந்த
மாயம் கண்டேன்
கதவோரம் வந்து நின்றாய்
சிற்பம் என்பேன்.

நீ தட்டான் பிடிக்கும் அழகைப் பார்க்கத்
தனியே நானும் ஓடி வந்தேன்
தாமரை பூத்த குளத்தருகே
தயங்கித் தயங்கி நடந்து வந்தேன் — நீ
எட்டிப் பிடிக்கும் எழிலை நானும்
எப்படிக் காப்பது யோசித்தேன் — இனி
இங்கு சர்க்கார் சாலை வந்துவிடாமல்
இறங்கி நானே கொடி பிடிப்பேன்.

கொட்டுமருவி தானழகோ
கொடைக்கானல் மலையழகோ
எட்டிநடை போடுமந்த
எழிலரசி தானழகோ
வட்டவிழிப் பார்வையெனை
வாசித்த அழகாலே
விட்டுவிட்டேன் என்வழியை
வந்துவிட்டேன் பின்னாலே
சிட்டுமுகம் காட்டியெனைச்
சிறைபிடித்து வந்தவளே
விட்டுவிடு போகவேணும்
வீட்டில் அன்னைத் தேடுவாளே...

பன்னாங்குழியைச்
சோழிகள் எண்ணி நிரப்புகிறாய்
பக்கக் குழியோ காத்திருக்கிறது
சோழிகளுக்காய்
பத்து விரல்களால்
பாண்டியை அள்ளிச் சிரிக்கிறாய்
சித்தம் கலங்குது
பாண்டியை இழந்த
ஒற்றைக் குழியாய்.

மின்னல்போல் பாதைவழி
கடந்து போகிறாய்
கன்னல்மொழி வார்த்தையிலே
கவர்ந்து போகிறாய்
மின்னலெனைப் பறித்ததென்றால்
நம்புவதாரோ?
மீண்டுமொரு முறைவந்து
மின்னிடுவாயோ?

நதியோரம் நாணல்தான்
கூத்தாடுமாம்
நாயகி நீ நாணல்போல்
ஏனாகிறாய்?
நடக்கட்டும் நாணத்தில்
உன்நாடகம்
நதியாகிப் போனேனடி
உன்னால் நானும்.

நளபாகத்தின் நாயகியே
நளினப்பார்வை பூப்பவளே
புளியோ உப்போ கூடாது
புதுப்புது சுவைகள் ஆய்பவளே
மிளகாய்ப்பொடிவகை மீறாமல்
மிரட்டும் சுவைகள் செய்பவளே
நளனோ பெற்றது ஒருவரந்தான்
நன்றாய் அறுசுவை என்பதுதான்.
அளவில்லா சுவை சேர்ப்பவளே
அறுவகை தாண்டுது உன்திறனே.

வஞ்சியுந்தன் கோபம் மாற
வாசனையாய்ப் பூ தருவேன்
வெள்ளை முத்து வளைகளையும்
உன்கரத்தில் சேர்த்திடுவேன்
கொஞ்சநேரம் நின்றுபாரும்
குணந்தெரியும் என்று சொல்வாய்
கோதையுந்தன் கோபங்கூடக்
கவிதை என்று கண்டுகொண்டேன்.

தரையிலிங்கே நீபோட்ட
மாக்கோலம்
கரைகட்டிய செஞ்சாந்துப்
பூக்கோலம்
தாவித்தான் நடைபயிலும்
புறாக்கூட்டம்
தள்ளிநின்று மயிலினங்கள்
கூத்தாடும்
தரைநிலங்கள் நிறையக்கொண்டது
பூகோளம்
தவிக்கிறதாம் நீ இல்லாப்
பிறபாகம்.

ஆலைவிட்ட நேரம் நானும்
வீடு திரும்பினேன்
அந்தவழி தோழியோடு
அவளும் நடக்கிறாள்
கூந்தல் வைத்த பூக்களைத்தான்
சிந்தை ஏற்றினேன்
சோலைப்பூவில் வாசம் என்று
சாடை பேசினேன்
வேலை இன்னும் இருக்குதென்று
வேகம் நடக்கிறாள்
வீடு போக நடந்த நானும்
வழியை மறக்கிறேன்.

நிலவு பார்த்த நெஞ்சினிலே
நேசப்பூவின் வரவு
நீலவானம் போல நீளும்
பைங்கிளியின் நினைவு
சோலை தாண்டும் பூக்களுக்கு
சுதந்திரமோ கொஞ்சம்
தோகையவள் நினைவு தாண்ட
சிந்தனையோ அஞ்சும்.

அதிகாலைப் புன்னகையில்
பனியை வார்க்கிறாய்
அலுவலகக் கோப்புகளில்
கவிதை செய்கிறாய்
அந்திமாலை வரவேற்பில்
தென்றலாகிறாய்
அடுப்படியில் நின்றுகூடக்
காதலிக்கிறாய்!

கதைகள் பேசும் கண்களினால்
கவிதை எழுத வைக்கின்றாய்
கவிதை படிக்கும் அழகினிலே
காய்ச்சல் நோயைத் தருகின்றாய்
இதயக் கதவுள் நுழைந்து பின்னே
இதுதான் காதல் என்கின்றாய்
புதையல் மண்ணில் தான் காண்பார்
புதிதாய் மனதில் நான்கண்டேன்!

தாகமென்று சொல்வதற்குத்
தயங்கி நிற்கிறேன்
பாகன் தொட்ட யானையைப்போல்
பயந்து நிற்கிறேன்
மேகமாக எனைக்கடந்து
தாகந் தீர்க்கிறாய்
ஏகபோகப் பார்வையிலே
என்னைப் பருகினாய்.

பவழமல்லிச் சோலையெங்கும்
தாவியோடினேன்
பழகுதமிழ்ச் சொல்லெடுத்து
எதுகை கூட்டினேன்
அவள்நடையில் நதியலைக்குத்
தோழியானவள்
அழகான கவிதையிதில்
வார்த்தையாகுவாள்
பாட்டெழுதிப் பார்கையிலே
பொருளுமாகிறாள்
பாடச்சொல்லிப் பார்வையிலே
போதை தருகிறாள்
சீட்டெழுதிக் குறிகேட்டேன்
சாமிசிலையிடம்
சேர்ந்திடுவாள் என்னையென்று
வந்ததொரு வரம்.

என் மனமோ சிறு குளமாகிறது
உன் நினைவோ அதில் கயலாகிறது
கயல்தான் துள்ளும் குளம் இருக்கும்
காட்சியில் மாற்றம் எனக்குள்ளும்
உன் நினைவோ நிலையாகிறது
உழல்வது எந்தன் மனமாகிறது...

மலர்கள் மடல் விரிக்கின்றன
மைனாக்கள் அழைக்கின்றன
இது போருக்கான அறிவிப்பு
இமைக் கூட்டுக்குள்ளே ஆயுத இருப்பு
விழிகளால் அம்பு தொடுக்கும்முன்னே
இதயத்தில் காயம் கொடுக்கும்முன்னே
எப்படிக் காயம் வலிப்பதில்லை
என்ற ரகசியம் சொல்லிவிட்டு
எடுத்த அம்பைத் தொடுத்துவிடு

நேற்றுவரை புல்வெளி
இன்று மஞ்சள் பூ வெளி
காற்று வீசும் காலையில்
கமழும் பூமணம் சோலையில்
எப்படி நிகழும் என்றுபல
கேள்விகளிருக்கும் உங்களிடம்
செப்படி வித்தைக்காரியவள்
செய்வாள் இதுபோல் பல மாயம்!

நீ நடந்த பாதையெலாம்
மஞ்சள் பூ பூக்குதடி
நடக்காத பாதி நிலம்
நாள் பார்த்து ஏங்குதடி
நாளையென்று சொல்லிப் பல
நாள் கடந்து போகுதடி
சொன்ன படி வந்துவிடு
சோலையென மாற்றிவிடு.

பவழமல்லித் தோட்டத்திலே
பறவையாகிறாய்
பழக வந்த தென்றலுக்கு
வசந்தமாகிறாய்
பனிவிழுந்த மலர்கள் உனைப்
பார்த்து மகிழுது — நீ
பறிக்காத காரணந்தான்
இலைகள் உதிருது.

அந்தி தொடரும்வரை
எழில் வானம் அழகு
அலைகள் கூடும்வரை
ஆழக் கடலழகு
அறிவியல் புரியும்வரை
அந்த நிலவழகு
அதிசயம்தான் அனுதினமும்
உன்னழகு!

சோலை கண்ட பூக்களுக்கு
... ஏக்கம் ஏதடி
சுவாசக் காற்றில் பெயரிருக்க
... தூக்கம் ஏதடி...
வாசலிட்ட புள்ளிக்கோலம்
... காண வந்தபின் — அட
வானவில்லும் வளையலாக
... அழுததேனடி?

மீ.மணிகண்டன்

முன்னொருநாள் நீ நின்றாய்
விழிகளில் மை தீட்டி
முகம்பார்த்துச் சரிபார்த்தாய்
கைகளில் வளை பூட்டி
உன்பிம்பம் தனைத்தாங்கிய
நிலைக்கண்ணாடி
எனைக்காட்ட மறுக்கிறது
என் முன்னாடி!

பறந்து விளைந்த நெற்றியில்
பால் வெளியைச் செய்யலாம்
ஒட்டியிருக்கும் பொட்டு விதையில்
ஒரு பூமி செய்யலாம்
கொட்டுமருவிக் கூந்தலில்
பேரண்டம் செய்யலாம்
கோபம் காட்டும் நாசியில்
செங்கதிர்கள் செய்யலாம்
இமைக்கும் விழிகள் கொண்டு
விண்மீன்கள் செய்யலாம்
எளிதாய்ப் பறந்து களித்து
நாம் இளமை செய்யலாம்
நீ சொல்லப்போகும்
ஒற்றை வார்த்தைக்குத்தான்
எத்தனை சக்தி?
இருக்காதா பின்னே
நீ மாறன் தேசத்தில் ரகசியமாய்ப் பூத்த
மாயச்செம்பருத்தி.

மாமனும் அத்தையும்
மறுபடி வருவதற்கு ஆண்டு ஒன்றாகும்
காரணம் சித்திரையில் மட்டும்தான்
அம்மனுக்குத் திருவிழாவாம்;
அத்தை மாமன் இன்றி
அவள் தனியே வருவதுமில்லை
அவளுக்கான காத்திருப்பில்
நான் சோர்வடைவதுமில்லை
அவளுக்காகக் கடைவீதியில்
அத்தை வளையல்கள் வாங்குவாள்
அழகான அவள் வளைக்கரங்களை
நான் கனவினில் வாங்குவேன்
அம்மனைத் தேரில் ஏற்றி
ஊர்ச்சனம் குலவையிடும்
அவளை எனக்குள் ஏற்றி
என் மனம் கவிதை பாடும்
ஊருக்குத் திருவிழா
அம்மன் கோவில் இருப்பதால்
எனக்குத் திருவிழா
அவள் ஆண்டுதோறும் வருவதால்!

ஒளிநிலவு வழிகாட்டும்
ஒற்றையடிப் பாதையது
ஓரமெல்லாம் பூப்பூத்து
உன்வரவால் ஆடியது
காற்று வந்து மோதியது
கை வளவி பேசியது
கலை பயிலும் மின்மினிகள்
கண் சிமிட்டக் கூடியது
மாமரத்துக் குயிலிரண்டு
மங்கையுனைப் பாடியது
மைப்பேனா கருவுற்று
மரபுக்கவி எழுதியது
இத்தனையும் சாத்தியமா
எப்படி நான் நம்புவது?
இந்த பூமி உன்னால்தான்
தலைகனத்துச் சுழல்கிறது.

உன்வீட்டு நாய்க்குட்டி
பெயர்கொண்டு சென்று
என்வீட்டில் கடிகார
பொம்மைக்கு வைத்தேன்
உன்வாசல் பெய்கின்ற
சாரல்கள் ஏந்தி
என்வாசல் நனைகின்ற
படிநானும் செய்தேன்
உன்தோட்ட ரோஜாவின்
கிளைகொண்டு சென்று
என்வீட்டில் பதியங்கள்
நான் போடுகின்றேன்
உன் மௌனம் சொல்கின்ற
மொழி மட்டும்தானே
அறியாமல் நான் ஏங்கிக்
கவியாகிப் போனேன்.

மண்ணில் இரண்டு மனம் இடம் மாறும்
மின்னலும் மேகமும் மழைத்துளி தூவும்
கண்கள் நான்கு கற்பனை கூட்டும்
கன்னலும் தேனும் சுவையைக் கூட்டும்
ஜன்னல் கம்பியைத் தென்றல் தீண்டும்
சத்தம் இன்றிக் காதல் தோன்றும்
உண்மையில் என்ன காதல் செய்யும்?
உன்னையும் என்னையும் காவல் செய்யும்!

தூண்டிலொன்று புன்னகையால் வீசி விடுகிறாய்
துள்ளுகின்ற கயல் மனத்தை அள்ளி விடுகிறாய்
கூந்தல்தனைப் பின்னாமல் பறக்க விடுகிறாய்
கொட்டுகின்ற அருவிபோல குளிர்ச்சி தருகிறாய்
தூணோரம் இருந்துகொண்டு காட்சி கொடுக்கிறாய்
தொல்லியலார் கண்டெடுத்த சிற்பம் ஆகிறாய்
செந்நிறத்தில் பட்டுடுத்திச் சிந்தை கவர்கிறாய்
செகமாளும் அம்மனாகி வரங்கள் தருகிறாய்;

கூடும் மேகம் காண்கையிலே
குடையைப் பிடித்துக் கொள்கின்றாய்,
கொட்டும் குட்டி மழைத்துளியைக்
கோபம் கொள்ளச் செய்கின்றாய்
கண்களிரண்டால் நடமாடிக்
கதைகள் நூறு சொல்கின்றாய்
கட்டுக் கூந்தல் சரியவிட்டு
கலையில் ஒன்று கூட்டுகிறாய்
கூந்தல் பூவை உதிரவிட்டுக்
குளிரில் வெப்பம் முளைக்கவிட்டு — நீ
கவிதை கற்றுத் தருகின்றாய் — நான்
காதல் கற்றுக் கொள்கின்றேன்!

உன்னை எழுதிய பிரம்மனுக்கு
உறக்கம் கலைந்து போனதடி
புன்னை மரத்து நிழல்கூட
பூவை உன்னால் நாணுதடி
மின்னல் செய்த வான்கூட
மேகம் போர்த்திக் கொள்ளுதடி
இன்னும் யார்க்கு உன்னழகால்
ஏக்கம் தருவாய் சொல்லிடடி
சன்னல் கம்பி நிலவாய் நீ
சாயுங் காலம் வருகின்றாய்
சொன்னால் இந்நிலை புரியாது
சோதனையில் சுகம் புரிகின்றாய்

என்றோ நான் அனுப்பாத கடிதம் யாவும்
எதையோ நான் தேடுகையில் கைகளில் சிக்கும்
எதேச்சையாக விழிகளிலே ஒருசில பக்கம்
இரண்டுகணம் மனதினிலோர் மின்னல் தாக்கும்
எழுத்துக்களில் மைத்துளியோ காய்ந்தே இருக்கும்
ஈரப்பதம் வரிகளிலோ இன்னும் கசியும்
எப்படியிது சாத்தியமென் றெண்ணம் தோன்றும்
இதனால்தான் காதலென்றும் புனிதம் ஆகும்.

நட்சத்திரம் களவாட எது நல்ல நேரம்?

பொன்னழகி பன்னாங்குழி விளையாடக்
கேட்கின்றாள்
பூத்திருக்கும் நள்ளிரவு வானத்துத் தாரகைகள்
முழுநிலவோ ஒளிவீசி அந்திவானம் ஆள்கின்றான்
முன்னின்று தாரகையர் காவலது தானென்றான்
வருமந்த மேகங்கள் நிலவுதனைச் சூழ்ந்திருக்கும்
வட்டநிலா அந்நேரம் தன்தொழிலை மறந்திருக்கும்
நானும் என் தேவதையும் நட்சத்திரம் களவாட
நீலவானச் சந்திரனோ நிலைமாறும் ஏமாறும்!

அத்தனைக்கும் உன்னாசை

உன் நடையின் ஒயில் காண அன்னத்திற்கோர் ஆசை
உன்கூந்தல் ஏறத்தான் பூவுக்கோ பேராசை
பொன்னுக்கோ உன்கரத்தில் விளையாட வளைஆசை
நின்கொலுசை எதிர்பார்த்து எழுகிறது அலைஓசை
என்னென்ன இங்குண்டோ அத்தனைக்கும் உன்னாசை
இன்னதுதான் என்றில்லை விட்டுவிட்டேன் சரியென்று
சொன்னார்கள் கேட்டதிர்ந்தேன் இருக்கிறாராம்
ஆசைகொண்டு
வன்னிமரப் பிள்ளையாரும் வலம்வருவாய் நீயென்று.

மீ.மணிகண்டன் ❖ 101

வருகின்றாய் கனவுக்குள்ளே

மலர்களிடம் காணாத வாசம் நீ
மையமாக வீற்றுவிட்டாய் மனதுக்குள்ளே
வானவில்தான் தொலைத்திட்ட நிறமும் நீ
வாசலேறி வந்துவிட்டாய் விழிகளுக்குள்ளே
மலைதோன்றிச் சரியாத ஓடை நீ
மறுக்காமல் குளிர்கின்றாய் சிந்தைக்குள்ளே
மடித்துவைத்த புத்தகத்துள் மயிலிறகாக
மறக்காமல் வருகின்றாய் கனவுக்குள்ளே!

வெடிமருந்து

குடையை மறந்த காரணத்தால்
கொட்டும் மழைக்கு நீவிருந்து
புடவைக் கடையின் பொம்மையுன்மேல்
புரளும் பார்வைகள் மறைந்திருந்து
தடுக்கவும் அடக்கவும் இயலாமல்
தவிப்பதைச் சொல்வார் மனந்திறந்து
நடப்பதை மாற்ற நீவைப்பாய்
நளினப் பார்வையில் வெடிமருந்து!

காதல் பூப்பூக்கும்

வெண்ணையில் செய்த பொம்மை நீ
வெயிலில் நடந்து உருகாதே
மண்ணகத்தில் பனி மாளிகை நீ
மழையில் நனைந்து கரையாதே
புண்ணியம் செய்த தென்றலது
பூவையுன் பாதை வழிபோகும்
கண்ணியமான மானிடனின்
கண்களில் காதல் பூப்பூக்கும்!

திரும்பி வந்தேன்

கோபுர தீபம் அழகு கண்டேன்
கும்பிட நானும் நடந்து சென்றேன்
கோயில் தரைகளில் அவள் வரைந்த
கோலம் கண்டே அசந்து நின்றேன்
கோதையும் வரைந்தபின் சென்ற பாதை
குறிப்புகள் எடுத்து வைத்துவிட்டேன்
கோயில் வாசல் சென்றவன்தான்
கும்பிட மறந்து திரும்பி வந்தேன்

மறுபடி பூக்க உன்போல்...

கண்ணுக்குள் வைத்தேன் கூடு கட்டி
கனவினில் உன்னைத் தினம்காண
சொல்லுக்குள் வைத்தேன் மெட்டுக் கட்டி
சொல்லியுன் அழகைத் தினம்பாட
மண்ணுக்கு வந்தேன் முகில் கூட்டி
மழைதோரும் உன்னை என்மீது தூவ
மறக்காமல் சொன்னேன் மல்லிகைக்குக் காதில்
மறுபடி பூத்தால் உன்போலே பூக்க.

நீயும்நானும் பொம்மை

வீசுகின்ற தென்றலுக்கு நீயும் கொஞ்சம் அண்மை
பேசுகின்ற வாய்மொழிக்குள் தேனிருப்ப துண்மை
வாசமுள்ள பூவினங்கள் தூதனுப்பும் காற்றில்
நேசமாக வண்டுவந்து தேனருந்தும் பூவில்
பூவையுந்தன் தூதுவொன்று பார்வைவந்து சேரும்
தாவுகின்ற வண்டினம்போல் நானும்மாறக் கூடும்
நாளுமன்று பாடிவைப்பேன் உந்தன்மேனி பொன்மை
நீளுகின்ற ராத்திரிக்கோ நீயும் நானும் பொம்மை.

காதல் கொண்டேன்

நூதனம்தான் உன் விழிகளின் அழகு
நொடிப்பொழுதும் எனில் அகலாதிருக்கு
ஏதினி உறக்கம் இருவிழி தனக்கு
இரவினில் பெருகும் கவிதைக் கணக்கு
சாதகமாக உன் சம்மதம் எனக்கு
ஜாதகப் பொருத்தம் ஏனினி எதற்கு?
சாதிகள் புழங்கும் பூமியை விலக்கு
சந்திர மண்டலப் பெருவெளி நமக்கு!

ஆயுள் நூறு

பனியின் சிலையோ பவளக் கொடியோ
பாவை நிலவோ அவளும் பாலாறு
நாயகி அவளை நானும் கண்டபின்
நாட்கள் எல்லாம் ஆனது ஞாயிறு
அவளால் கண்ட உண்மை ஒன்று
அறிந்தீர் என்றால் உமக்கும் நன்று
காலம் கடந்தும் இளமை கூட்டும்
காதல் செய்தால் ஆயுள் நூறு.

மத்தாப்பூ சிரிப்பழகி

மத்தாப்பூ சிரிப்பழகி
மல்லிகைப்பூ சூடிவந்தா
நெத்தியில பொட்டுவச்சு
நெடுநேரம் பேசவந்தா
சித்தன்னவாசல் கதை
சிவங்கோயில் நந்திகதை
அத்தனையும் பேசிவந்தோம்
ஆலமரம் சுத்திவந்தோம்
மத்தகதை பேசுமுன்னே
மாவிளக்கு போடப்போனா
புத்தகத்தில் பேனாவால்
பதியவைச்சேன் அவளையுந்தான்.

செண்பகப்பூ காதல்

தாவணியைப் போலவொரு உடையுமாகுமா
தமிழவளின் உதட்டிலேற தவமிருக்குமாம்
பூவிணைந்த கூந்தல்போல அழகுமாகுமா
பொட்டுவைத்த நுதலைப்போல நிலவுமாகுமா
பூவையவள் கைகள்கோர்த்து நடந்துபோகையில்
புற்களேக்கம் கொண்டகதை உனக்குத்தெரியுமா
தேவையவள் காதலெனக்கு என்றவேளையில்
தேம்பியழுத செண்பகப்பூ சேதிதெரியுமா?

அதிசயம் நீ

ஒப்பனையில்லை
ஒற்றை மலருன் கூந்தலில் சிரிக்கிறது
சிற்பம் கூடப்
பேசிடுமா என என்மனம் வியக்கிறது
கற்பனையில்லை
கண்டதை நானும் எழுதிட இனிக்கிறது
அற்புதம் தானடி
அதிசயம் உன்னால் தினமும் நிகழ்கிறது!

பழைய ஊடல் புதிய காதல்

அலுவலக விடுமுறையில் அழகே உன்னை
அகப்படுத்திச் செந்தமிழில் கவிதை சொன்னேன்
நிலுவையிலே ஆக்கியது போதும் என்றே
நீளமான பக்கத்தில் நிறையச் சொன்னேன்
கொலுவிருக்கும் சிற்பமே கோபக் கொழுந்தே
கொட்டுமருவித் தமிழ் படித்தால் குளிர்வாய் நீயே!
உலகமிது உருண்டுகண்ட மாற்றம் என்ன? — இன்றும்
சிந்துவெளி நாகரீக ஊடல் உன்னில்

தெளிவுற்ற பார்வை

வேர்பிடித்து நின்றதடி இதயம் — உன்
வியர்வைத்துளி வடிந்த படியால்

கூர்ச்சிறக்க வானதடி மதியும் — நீள்
குழலுதிர்த்த முல்லைப்பூ விதழால்

தேர்முட்டத் திமிர்ந்ததடி தோளும் — நின்
செந்நாசிப் புறமெய்த வளியால்

போர்குணத்தை மாய்த்ததடி சிந்தை — பெரும்
பொய்யறியா வெண்பார்வை விழியால்

யார்சொல்லி யானதடி காமம் — வெறும்
இதழோடு இதழ்முத்தம் என்று

தீர்க்கமுற ஞானமதில் உண்டு — இதைத்
தெளிந்தேன் கலந்தாய்வு கொண்டு

திருவிழாக்கோலம்

ஓராண்டு தவத்திற்கு
வளையல் சத்தத்தில்
வரமளிக்கிறது
அம்மன் கோவில் திருவிழா
***

புள்ளி நிரப்பாத
நெளிவுகளை
வளையல் சத்தம்
நிரப்புகிறது
***

பச்சரிசி மாக்கோலப்
புள்ளியிலொன்று
பாதத்தில் ஒட்டித் தொடர்கிறது
கொலுசுக்கு மணியாக
***

சாணத்தில் வீற்று
அவள் போகும் பாதையில் சாய்ந்து
அவள்காந்தி ஆகிறது பரங்கிப்பூ
***

பூவரசுக் குடையின்கீழ்
புல்நுனி இடைவெளியில்
நானும் நதியும்

***

குடை குடையாம்

உனக்குக் குடை பிடித்தால்
சுடுகிறது வெயில் என்னை
*

குடை விரித்துக்கொண்டாய்
அழுகிறது மழை
*

குடை பிடித்த மரங்களுக்குக்
கோபம்
நீ பிடித்த குடை மீது
*

உச்சிக் குடையைத் தொட்டுக்
கம்பியின் தடத்தைத் தொடர்ந்து
வழிகிறது ஒற்றைத் துளி
உன்னைப் பார்த்து
*

நீ விரிக்காத குடையில்
ஒளிந்து கிடக்கிறது
கவிதை வரிகள்
*

பிரம்மனுக்கோர் கட்டளை!

புன்னை மரத்து நிழலில்
ஆடை
புனையப் படித்திடுவேன்

நிழலை உனக்குச் சூட்டி
மகிழ்ந்து
நித்திரை மறந்திடுவேன்;

என்னில் கோடி மாற்றம்
செய்யும்
ஏந்திழை நீயென்பேன்;

என்னை மறுத்துப் பேசிடு
வோர்க்கு
இல்லை ருசியென்பேன்;

நின்னை எண்ணி நாளும்
நிறையக்
கவிதைகள் புனைந்திடுவேன்;

மீ.மணிகண்டன்

*அதனைப் படிக்க மறுக்கும்
மனிதரை
நாடு கடத்திடுவேன்;*

*உன்னை வார்த்த அச்சை
உடனே
உடைக்கச் சொல்லிடுவேன்*

*உடைக்க மறுத்தால் உயிர்கள்
செய்யும்
பிரம்மனைச் சிறைபிடிப்பேன்;*

காதல் சொல்ல வந்தேன்

காதல் சொல்ல வந்தேன்
காதில் சொல்ல வந்தேன்
காற்றும் பூவும் பேசும்
கதைகள் சொல்ல வந்தேன்

யாதும் ஆக நீயே
ஆனாய் என்ற தகவல்
யோசனை இன்றி விழியால்
எழுதிப் போக வந்தேன்

தாவிப் போன முயலை
தனிமை தீர்க்கச் சொல்லித்
தூதாய்ப் போகச் சொன்னேன்
சேர்ந்ததாவெனச் சொல்லேன்

வாதம் செய்தது வண்டு
விழிகள் தான்தான் என்று
வேடிக்கையது என்பேன்
விசும்பிச் சென்றது பின்னே

தோட்டம் சென்றேன் கிளியோ
தீண்டும் விரல்கள் கேட்க
தந்தேன் என்விரல் நீட்டி
தந்தது பழமாய்ச் சிவக்க

வாசல் வரைந்த கோலம்
வருவாய் என்றது நீயும்
வாடைக் குளிரில் அடடா
வேர்வைத் துளியின் ஈரம்

ஏதோ ஏதோ கதைகள்
எல்லாம் எழுதிய பின்னே
ஏந்தி வந்த காதல்
இன்னும் நாணுது எனக்குள்.

பாவைதாங்கி

காலையில் தாம்பர மேடையிலே
கண்களுக்குள் அவள் குடிபுகுந்தாள்
திரிசூலத்தைத் தொடும்வரையில்
சிந்தனையை அவள் சித்தரித்தாள்

கிண்டி வரைக்கும் கண்ணயர்ந்தேன்
கனவுகள் பல அதில் கதை களித்தாள்
நுங்கம்பாக்கம் நுழையும் வரை
நொடிகள் அனைத்தும் அபகரித்தாள்

பாழும் அந்த ரயில்பெட்டி
பாதியில் அவளை இறக்கியது
பாதையில்லாத காரணத்தால்
பாவியின் மனமோ சுமக்கிறது!

காதல் பிறந்திருக்கும்

இதழ்கள் இல்லாமல் பூப்பூக்கும்
இமயம் நெஞ்சுக்குள் குடியிருக்கும்

எதிர்கொண்டு காற்றை உள்ளிழுக்கும்
இமைகள் மூடிச் சிரித்திருக்கும்

மதியில் நிறைந்து கவியிருக்கும்
மறுபடி மறுபடி படித்திருக்கும்

விழிகள் திறந்தும் தவமிருக்கும்
வழிபார்த்திருக்கப் பிடித்திருக்கும்

மழையில் நனைந்து காய்ச்சல்வரும்
மருந்துகளைத்தான் தவிர்த்திருக்கும்

தாகம் இல்லாமல் நீரருந்தும்
தருமச் சிந்தனை கூடிவரும்

புதிதாய் நிலவில் நிறமிருக்கும்
பொழுதுகள் நகராமல் இருக்கும்

அதிசயம் இத்தனை நிகழ்ந்திருக்கும்
அப்போது காதல் பிறந்திருக்கும்!

வா வா வா

நனையக் காத்திருக்கிறேன்
குடையாகிவிடாமல்
கொஞ்சம் மழையாகி வா...

மலராகக் காத்திருக்கிறேன்
மறுத்துவிடாமல்
மஞ்சள் இதழாகி வா

ஆடக் காத்திருக்கிறேன்
ஆழக் கடலாகிவிடாமல்
கொஞ்சும் அலையாகி வா

குளிரக் காத்திருக்கிறேன்
அனலாகிவிடாமல்
வீசும் தென்றலாய் வா

பறக்கக் காத்திருக்கிறேன்
உதிர்ந்துவிடாமல்
இரண்டு சிறகாகி வா

தேடிக்கொண்டிருக்கிறேன்
பிறையாய்த் தேய்ந்துவிடாமல்
வட்ட நிலவாகி வா

மீ.மணிகண்டன்

இனிக்கக் காத்திருக்கிறேன்
இனி என்றும்
என்னை உனதாக்கி வா!

சிலிர்க்கக் காத்திருக்கிறேன்
துளியும் சிந்திவிடாமல்
நினைவுகளைத்
திருப்பிக் கொண்டுவா!

அரசாளும் மகாராணி

கண்களிரண்டில் மைதீட்டிக்
கனவுகளுக்குக் கருவானாய்
கருநிறக் கூந்தலில் பூச்சூடிக்
காற்றை ஒருநொடி கலங்கவைத்தாய்

கைவளை ஓசைச் சிணுங்கலிலே
கவிதை பாடிட மெட்டமைத்தாய்
காலை மாலை எழுதவைத்து — என்
கவிதைகளுக்குத் தாயானாய்

கோலம் வரையும் பாவை நீ
கோயில்கள் தோறும் சிலையானாய்
காலம் மட்டும் பின்சென்றால்
கோட்டைகள் தோறும் அரசாள்வாய்.

வாட மறந்த பூ

உன் பார்வை பட்டக் காரணத்தால்
மொட்டு ஒன்று பிறந்ததடி
உன் வாசம் கண்ட காரணத்தால்
வாய் மலர்ந்து சிரித்ததடி

உன் மௌனம் பார்த்த காரணத்தால்
மேன்மைக் கூடிப் போனதடி
உன் வாய்மொழி கீதம் கேட்டவுடன்
வண்ணம் கூடிப் போனதடி

உன் வளையல் சத்தம் தனைக்கேட்டு
ஆடிக் கொஞ்சம் பார்த்ததடி
உன் புன்னகையோசைக் கேட்டுப்பின்னே
ஆடல் மறந்து நின்றதடி

உன் சுவாசம் பட்டக் காரணத்தால்
வாசம் கூடிப் போனதடி
உன் கைகள் தொட்டக் காரணத்தால்
வாட மறந்து போனதடி...

எத்தனை எத்தனை

எத்தனை வரிகள் எழுதிவிட்டேன்
அத்தனையும் கவி ஆகவில்லை
எங்கே உன்பெயர் வரைந்தேனோ
அங்கே கவிதை மிளிர்கிறது!

எத்தனை இரவுகள் கடந்துவந்தேன்
அத்தனை நிலவையும் பாடிவைத்தேன்
என்று (உ)ன்முகம் கண்டேனோ
அன்றே நிலவை மறந்துவிட்டேன்!

எத்தனை மதுக்கடைகள் கடந்தேன்
எதுவும் மயக்கம் கொடுக்கவில்லை
எப்பொழுது (உ)ன்னை நினைத்தாலும்
அப்பொழுதே மதி மயங்குகிறேன்!

எத்தனை மேகம் கடந்துவந்தேன்
அத்தனை மழையும் குளிரவில்லை
சிந்தனை முழுதும் நீநிறைந்தாய்
இந்நொடியில்நான் உறைகின்றேன்!

மீ.மணிகண்டன்

கண்டேன் கண்டேன்

துள்ளிவரும் அலையினிலே மீன்கள் கண்டேன்
தூரிகையின் ஓவியத்தில் கண்கள் கண்டேன்
அலைமேலே புள்ளினங்கள் பறக்கக் கண்டேன்
அழகான ஓவியத்தில் புருவம் கண்டேன்

அக்கரையில் செந்நிறத்தில் ஆதவன் கண்டேன்
அதுபோலே ஓவியத்தில் திலகம் கண்டேன்
அந்திவானில் மேகங்கள் திரளக் கண்டேன்
அதற்கிணையாய் ஓவியத்தில் உதடுகள் கண்டேன்

இப்பொழுது ஓவியமும் பேசக் கண்டேன்
இது எப்படி எனக்கேட்டால் காதில் சொல்வேன்
ஓவியங்கள் ஒருபொழுதும் பேசுவதில்லை
உண்மைதனை எழுதிவிட்டால் கவிதையுமில்லை

அஞ்சலகம் ஒன்று

அஞ்சலகம் ஒன்று உண்டு எங்கள் ஊரிலே
அந்தவீதி நடந்துபோக ஆசை தோன்றுமே
அஞ்சலக வாசலிலோர் பெட்டி இருக்குமே
அதிலேதான் என்னுடைய உயிர் இருக்குமே

அத்தைமகள் அவளுக்காக அழகுத் தமிழிலே
அடிக்கடிநான் எழுதிடுவேன் காதல் கடிதமே
அஞ்சலகப் பெட்டி அதனை வாங்கிக் கொள்ளுமே
அடுத்த நாளில் அவளிடத்தில் கொண்டு சேர்க்குமே

மூன்றாம் நாள் அஞ்சலக வாசலில் நிற்பேன்
மூடிநிற்கும் பெட்டிக்கொரு முத்தங்கொடுப்பேன்
முறைப்பெண்ணின் கடிதந்தேடி வந்ததா என்பேன்
முறைத்திடுவார் அஞ்சல்காரர் வெட்கம் கொள்ளுவேன்

சில்லென்ற நாட்களையும் தன்னுடன் கொண்டு
செவ்வகமாய்க் காதலையும் சேர்த்து மடித்து
சிவப்புப் பெட்டி போனஇடம் தெரியவில்லையே
சிலருக்கான வாழ்க்கை இன்று நீதி இல்லையே.

மறக்கவேணும்

விருட்டென விழிகளிலே
விழுந்துபோன பிம்பமடி
இருட்டு மனதினிலே
இனம்புரியாக் கிறக்கமடி
திருட்டுப் பார்வையொன்றால்
தீண்டத்தான் இயன்றதடி
மிரட்டும் புது அழகே
மீள்வது நான் எப்படி?
இருந்த விரதமெல்லாம்
இன்றழிந்து போனதடி
விருந்தாக்க முடியாது
விழியீரம் வீணடி
மருந்தாகக் கவியெழுதி
மறக்கவேணும் இப்படி.